रेडिओ रेस्क्यू !

मूळ लेखक - जेन जॉली
चित्रकार - रॉबर्ट इंगपेन

अनुवाद - मालविका आमडेकर

मेहता पब्लिशिंग हाऊस

RADIO RESCUE! by Jane Jolly and Robert Ingpen

Published by the National Library of Australia
Canberra ACT 2600

Translated into Marathi Language by Malvika Amdekar

Year of Publication : March, 2018

रेडिओ रेस्क्यू ! / बालसाहित्य

अनुवाद : मालविका आमडेकर,
१९, रेश्मा रेसिडेन्सी, लोकमान्य कॉलनी, पुणे ४११०३८.
Email : malvika.amdekar@gmail.com

प्रकाशक : सुनील अनिल मेहता
मेहता पब्लिशिंग हाऊस, १९४१, सदाशिव पेठ,
माडीवाले कॉलनी, पुणे ४११०३०. फोन : ०२०-२४४७६९२४
Email : info@mehtapublishinghouse.com
Website : www.mehtapublishinghouse.com

मुद्रक : स्पेक्ट्रम ऑफसेट, डी-२/४, सत्यम इस्टेट,
सीडीएसएसच्या मागे, एरंडवणे, पुणे ४११००४.

प्रथमावृत्ती : मार्च, २०१८

किंमत : ₹ ७०

ISBN 9789387789357

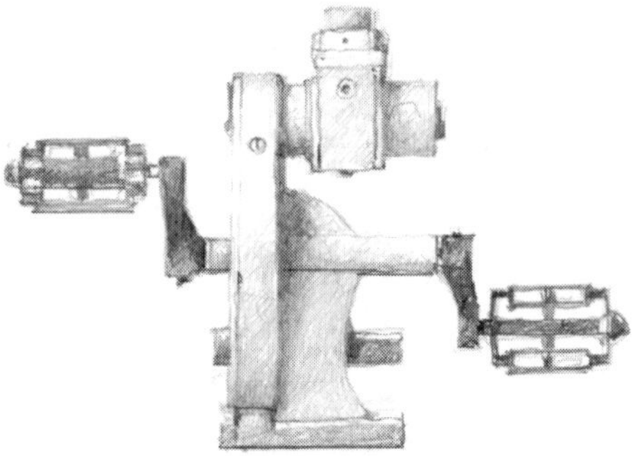

पेडल रेडिओनं ज्यांच्यासाठी जग खुलं झालं असे
ऑस्ट्रेलियातील दुर्गम भागातील रहिवासी आणि
अल्फ ट्रेगर यांच्या स्मृतीस अर्पण

जिमला त्याचं फोर वेल्समधलं शांत नि साधं आयुष्य खूप आवडायचं.

त्याला सशांच्या मागे धावायला आणि त्याच्या ब्लुई नावाच्या कुत्र्याच्या सोबत भटकायला जाम आवडायचं; घोरपडीचा पाठलाग करायलाही खूपच आवडायचं. पण तरीही कधी कधी तो बिचारा एकटाच असायचा. त्याचा फ्रँक नावाचा मित्र त्याच्यापासून खूप लांब रहायचा. जवळपासच ब्लुई लगबग करत सशाच्या पाऊलखुणा हुंगत होता. त्याच्याकडे पहात जिम व्हरांड्यात बसलेला होता. आणि मग त्यानं एक उसासा टाकला.

जिमच्या बाबांनाही शांत, सरळ आयुष्य जगायला फार आवडायचं. मेंढ्या हाकणं, त्यांची राखण करणं आणि लोकर कापणं अशी कामं ते करायचे. पण कधीतरी त्यांनाही एकटं-एकटं वाटायचं. बाहेरच्या घोडे पळवायच्या खडबडीत मैदानाकडे पहात त्यांनी उसासा टाकला.

जिमच्या आईला पण साधंसुधं आयुष्य जगायला आवडायचं. ती हिशोबठिशोब ठेवायची. कोंबड्या पाळायची. सर्वांचे आवडते, छान छान पदार्थ करायला तिला खूप आवडायचं. पण केव्हांतरी मध्येच तिलाही अगदी एकटेपणा यायचा. काही वेळा आपण सर्वांपासून इतक्या लांब रहात आहोत याची तिला काळजीच वाटायची. अचानक कुणी आजारीबिजारी पडलं तर, काय करायचं? चाऱ्याकडे उडत येणाऱ्या गाणाऱ्या पक्ष्यांकडे पाहून तिनं उसासा टाकला.

पण मनातून मात्र जिम रेडिओ कधी येतोय याची अगदी आतुरतेनं वाट पहात होता. सगळेजणच मोठ्या उत्साहानं रेडिओची वाट पहात थांबलेले होते. रेडिओ आल्यावर तो फ्रँकशी बोलू शकणार होता. सर्वांनाच आवाज ऐकायला मिळणार होते. पूर्व, पश्चिम, उत्तर, दक्षिण...चहू दिशांनी येणारे आवाज त्यांना ऐकायला मिळणार होते. आवाजच आवाज!

उन्हाळ्याचे दिवस होते; अशाच एका उकाड्याच्या दिवशी दूरवर एक ट्रक येताना दिसला. अल्फ आला होता...नवीन रेडिओ सोबत घेऊन!

जसजसा ट्रक घराकडे येत होता, तसतसे धुळीचे लोट आकाशात उसळत होते. ट्रकमुळे उडणाऱ्या, वर तरंगणाऱ्या, काळवंडलेल्या ढगांकडे जिम निरखून पहात होता.

बाबा आणि जिमनं अल्फला ट्रकमधल्या पेट्या उतरवायला मदत केली. त्यातून लटकणाऱ्या तारा नूडल्ससारख्या दिसत होत्या.

अल्फ शांतपणे त्या तारा इकडे-तिकडे झटकत गुंता सोडवायचा प्रयत्न करत होता.

खिळ्यानं पेडल्स बसवून त्यानं ते रेडिओच्या पेटीला जोडले. ते अगदी सायकलच्या पेडल्ससारखेच दिसत होते.

'आता हा आहे मॉर्स कोड,' असं म्हणत त्यानं जिमला एक तक्ता दाखवला. त्यावर ठिपके आणि रेषा दिसत होत्या. 'आता मी यात कसं टाइप करतो ते बघ. मग तू 'हॅलो' असा संदेश या छोट्याशा पिल्लू रेडिओमधून हजारो मैल लांब असलेल्या खूप मोठ्या मम्मी रेडिओकडे पाठवू शकतोस.'

मग जिमच्या आईनं पेडल मारत हळूहळू टाइप करायला सुरुवात केली.

सर्वजण श्वास रोखून वाट पहात होते! अचानक, अंतराळातून आल्यासारखा एक आवाज आला, 'हॅलो! फोर वेल्समधल्या रहिवाश्यांना नमस्कार! तुमचं स्वागत आहे!'

एका क्षणात ते सगळं कुटुंब खूप दूर असलेल्या जगाशी जोडलं गेलं. जणू काही संपूर्ण जगच त्यांच्यासमोर खुलं झालं!

दर आठवड्याला आई तिच्या मैत्रिणींना काही ना काहीतरी संदेश पाठवायची. त्या सगळ्याजणी एकमेकींना वेगवेगळे पदार्थ कसे करायचे ते सांगायच्या. बाबाही त्यांच्या स्टॉक एजंट्सना संदेश पाठवायचे. आपल्यालाही संदेश पाठवता यावेत असं जिमला खूप खूप वाटायचं. खरं म्हणजे, घोड्यांच्या शोसाठी आपण कशी कशी तयारी करतोय हे कधी एकदा फ्रँकला सांगतोय असं त्याला झालं होतं. पण बाबा त्याला म्हणायचे की, 'इतक्यात नाही बरं का जिम. तू आधी थोडा मोठा हो पाहू.'

मॉर्स अल्फाबेट्स कसे शिकायचे? - मॉर्स अल्फाबेट म्हणजे रोजच्या इंग्रजी मुळाक्षरांना छोट्या चिन्हांच्या रुपानं दाखवणे. जोपर्यंत ठिपके आणि डॅश टाइप करून पाठवण्याची प्रक्रिया नीट जमत नाही, तोपर्यंत ही मुळाक्षरे पाठ करण्याचा प्रयत्न करू नये. ठिपके आणि डॅश टाइप करून पाठवण्याची प्रक्रिया शिकण्याचा उत्तम उपाय म्हणजे कुठल्याही ठिपक्याच्या किंवा डॅशच्या (चित्रात दाखवलेल्या **A** आणि **B** प्रमाणे) जवळ सलग न थांबता, न दमता टाइप करत राहणे आणि कायम एका डॅशजवळ एक पूर्णविराम देणे; उदा. **C**

मुळाक्षरे शिकण्याची सर्वात सोपी पद्धत -

A	· —	**N**	— ·
B	— · · ·	**V**	· · · —
D	— · ·	**U**	· · —
F	· · — ·	**L**	· — · ·
G	— — ·	**W**	· — —

समोरासमोर नसलेली मुळाक्षरे -

C	— · — ·	**H**	· · · ·
		Z	— — · ·

मिश्रण -

K	— · —	**R**	· — ·
P	· — — ·	**X**	— · · —

एका शनिवारी संध्याकाळी आई मेंढ्यांची लोकर कापतात त्या शेडमध्ये गेली होती. मेंढ्यांना बांधाकडे सोडून बाबा स्टार नावाच्या घोड्यावरून दौडत दौडत घराकडे परत येत होते. तितक्यात घराच्या फाटकाजवळून एक साप वळवळत बाहेर आला आणि त्याला पाहताच स्टारनं मोठ्यानं खिंकाळत पुढचे पाय वर केले. त्याबरोबर बाबा धपदिशी खाली पडले!

बाबांच्या ओरडण्याचा आवाज ऐकून जिम पळत पळत तिथे आला.

'माझा पाय!' बाबा कळवळून ओरडले. त्यांचा पाय मुरगळून वाकडा झाला होता.

'लवकर जा आणि फिरत्या डॉक्टरांना बोलावून आण,' ते कण्हत म्हणाले.

जिम धावत धावत आतमध्ये रेडिओपाशी गेला. आई-बाबा काय काय करायचे ते त्यानं आठवायचा प्रयत्न केला. त्यानं पेडल मारायला सुरुवात केली. पण त्याचा पाय सारखा त्यावरून घसरत होता. थरथरत्या हातांनी तक्ता धरून त्यानं संदेश टाइप केला. मग तो आतुरतेनं पुढं काय घडतं ते पहायला लागला. त्याला खूप धडधडत होतं.

त्या अगडबंब रेडिओकडून आलेल्या एका मोठ्ठया आवाजानं खोली दणाणून गेली. अहाहा, काय बरं वाटलं! मग डॉक्टरांनी दिलेल्या सूचना जिमनं पटापट उतरून घेतल्या आणि मग तो पळत पळत बाबांना दुखणं कमी होण्यासाठी गोळी द्यायला गेला. जिमनं बाबांचा हात हातात घेतला आणि म्हणाला, 'काळजी नका करू हं बाबा, फिरते डॉक्टर आत्ता एवढ्यात येतीलच.'

जिम सारखा आकाशाकडे लक्ष ठेवून होता. अर्ध्या तासानं एक छोटा ठिपका एखाद्या तरंगत्या घारीसारखा आकाशात चमकताना दिसला.

साध्या घरगुती बनावटीच्या धावपट्टीवर विमान खडखडत उतरलं. इंजिनातून जोरात आवाज येत होता आणि पंखे गरगर फिरत होते. त्या वाऱ्यानं सगळीकडे धूळ उडत होती. विमानातले लोक बाबांना उचलून विमानाकडे न्यायला लागले तेव्हा डोळा मारत ते म्हणाले, 'अरे वा, माझा पहिला विमानप्रवास!'

काही दिवसांनी बाबा हसत हसत घरी परत आले. 'अहाहा, घर ते घर! काय झकास वाटतंय!' ते म्हणाले. त्यांनी आई आणि जिमला जवळ घेतलं. ते म्हणाले, 'जिम, तुझ्यासारखा मुलगा मला देवानं दिला हे माझं नशीबच म्हणायचं. काय कमाल केलीस तू, उत्तम रेडिओ ऑपरेटर होऊन दाखवलंस, बरं का!'

आईला फोर वेल्समधलं साधंसुधं आयुष्य बरं वाटायला लागलं. हिशोब ठेवणं, कोंबड्यांची देखभाल करणं आणि आवडीचे पदार्थ बनवणं. आता ती मनात येईल तेव्हा आलटून पालटून नवनवीन पदार्थ बनवू शकायची आणि मदत तर जणू काही तिच्या हाताशीच होती. पक्ष्यांसाठी ठेवलेल्या भांड्यांमध्ये दाणे भरून ठेवता ठेवता ती गाणी गुणगुणायला लागली होती.

बाबांनाही आपलं सरळ-साधं आयुष्य झकास वाटू लागलं. मेंढ्या हाकणं, लोकर कापणं अशी कामं ते करायचे. आता ते कधीही शेजार-पाजाऱ्यांशी गप्पा मारू शकायचे. मागच्या व्हरांड्यात कडक, गोड चहा घेऊन बसायचे.

जिम तर त्याच्या शांत आयुष्यावर भलताच खुश होता. सशांच्या मागे धावणं, ब्लुईला घेऊन इकडे-तिकडे भटकणं, घोरपडींचा पाठलाग करणं असा त्याचा रोजचा कार्यक्रम असायचा. आणि आता तर त्याला रेडिओ वापरायचीही परवानगी मिळालेली होती. त्यामुळे तो फ्रँकला सगळ्या गमती-जमती सांगू शकायचा. घोड्यावर बसून, ‘चलो!’ असं ओरडत तो घराजवळ असलेल्या पागेशेजारच्या रिंगणात दौडत जायला लागला होता.

थोडक्यात काय, तर रेडिओनं सगळं काही अगदी बदलून गेलं होतं. फार छान बदल होता बरं का हा!

आपण जरी लांबच्या गावात रहात असलो,
तरी एका रेडिओ कॉलसाठी तयार व्हायला काय हरकत आहे?

दुर्गम भागापर्यंत पोचलेला 'रेडिओ'

रेव्हरंड जॉन फ्लीन यानं 'ऑस्ट्रेलियन इनलँड मिशन' स्थापन केलं होतं. त्यामागे त्याचा हेतू इतकाच होता की दुर्गम भागातल्या लोकांना मदत मिळावी. लांबवरच्या गावांमध्ये राहणाऱ्या लोकांना कसल्या कसल्या समस्यांना तोंड द्यावं लागत होतं, हे तो कायम पहात आला होता. त्यानं धुळीनं माखलेली एकाकी थडगी पाहिली होती. काहीही दोष नसताना जे पुरुष, बायका आणि मुलं प्राणाला मुकलेली होती, त्याचं कारण कदाचित वेळेवर वैद्यकीय सेवा न मिळणं आणि एकटेपणा हे असू शकेल असं त्याला वाटायचं.

'फिरत्या डॉक्टरांची' योजना हे फ्लीनचं खास स्वप्न होतं. हे डॉक्टर्स विमानातून इकडे-तिकडे जातील अशी त्याची कल्पना होती. हाय वोल्टेज जनरेटर्स बनवणाऱ्या 'अल्फ ट्रेगर' नावाच्या माणसाबद्दल तो ऐकून होता. रेडिओ ट्रान्समीटरना वीज उपलब्ध करुन द्यायला त्याच्या मदतीची गरज पडणार होती. हे रेडिओ झोपड्या आणि छोट्या गावातल्या घराघरात जाऊन पोचतील अशी फ्लीनला आशा वाटत होती. अल्फ ट्रेगरकडे कौशल्य होतं आणि फ्लीनकडे होती त्यानं आखलेली योजना. १९२० मध्ये अल्फ आणि फ्लीन वेगवेगळ्या दूरवरच्या गावांमध्ये गेले. त्यांच्याकडे एक छोटा ट्रान्समीटर-रिसीव्हर आणि हातानं चालवता येणारा जनरेटर असायचा. बरेच प्रयत्न वाया गेल्यावर ट्रेगरच्या लक्षात आलं की हातानं मॉर्स कोड वापरणं आणि त्याचवेळी

पेडल रेडिओचा एक भाग

अरेच्चा, आम्ही चहा घ्यायचं विसरूनच गेलो की! कुणीतरी आम्हाला तो इकडे पाठवून देईल का?

हातानं जनरेटरचा वापर करणं फारच अवघड पडतंय. त्यामुळे त्यानं जनरेटर चालवायला पेडल वापरायचं ठरवलं. अखेरीस नोव्हेंबर १९२८ मध्ये नव्या डिझाइनवर महिनोन्-महिने काम केल्यावर ट्रेगरनं आपलं पहिलं वायरलेस मशीन तयार केलं. विचित्र दिसणाऱ्या त्या मशीनमध्ये टेबलावर एक रेडिओ आणि खाली एक पेडल जनरेटर अशी त्याची रचना होती. १७ नोव्हेंबर १९२८ या दिवशी ट्रेगरचा एक छानसा फोटो काढण्यात आला होता. त्या सुप्रसिद्ध फोटोत तो चांगला सूट आणि टाय घालून जनरेटरचं पेडल मारत बसलेला दिसतो आहे.

जास्तीत जास्त लोकांपर्यंत छोटे रेडिओ सेट आणि त्याच्या बरोबर येणारे पेडल जनरेटर्स पोचवण्यासाठी फ्लीन तयारच होता. एप्रिल १९२९ पर्यंत ट्रेगरनं १० छोटे सेट तयार केले. त्यात मॉर्स कोड पाठवण्याची सोय केलेली होती. त्याचबरोबर त्यानं एक २० वॉटचा मोठा सेट बेससाठी तयार केला होता. त्यात आवाज प्रसारित करण्याची क्षमता होती.

१९ जून १९२९ला क्वीन्सलँडमधल्या ऑगस्टस डॉन्स स्टेशनमध्ये राहणाऱ्या मिसेस गर्टृड रोथेरी यांनी पेडल रेडिओ पहिल्यांदा वापरला. त्या वेळी त्यांना दोन मुलं होती. एक अडीच वर्षांचा आणि दुसरा जेमतेम सहा महिन्यांचा. नंतर वयाच्या ९२व्या वर्षी त्यांनी थोडं

आजी आईला फोन करून विचारणार आहे की आम्ही आणखी आठवडाभर तिच्यासोबत राहू शकतो का?

आले बुवा एकदाचे डॉक्टर! चला, त्या पेशंटला विमानात ठेवूया.

घाबरत घाबरतच लिहिलं :

मिस्टर ट्रेगर यांनी मला मॉर्स कोडमध्ये 'हॅलो' हा शब्द टाइप करायचा सराव करायला खूप मदत केली. त्यामुळे मी जेव्हा पेडल मारत क्लोनकरी मध्ये राहणाऱ्या हॅरी किंझब्रुनरना माझा पहिला-वहिला संदेश पाठवायला तयार झाले, तेव्हा ट्रेगर माझ्या शेजारीच बसलेले होते. आणि मग मी 'हॅलो' टाइप करताच ते म्हणाले, 'झकास! आता सिडनीमध्ये राहणाऱ्या फ्लीनना एक टेलिग्राम पाठवा बरं!'

त्या दिवसापासून ट्रेगर निरनिराळ्या गावी जाऊन पेडल रेडिओ बसवण्याच्या कामात अगदी गुंतूनच पडले. ६ वर्षांच्या कालावधीत ४० पेडल रेडिओचे वायरलेस सेट तयार झाले. हे सगळे सेट क्लोनकरीतल्या एका मोठ्या रेडिओशी जोडले गेलेले होते.

पेडल रेडिओ चालवणाऱ्या यंत्रचालकांना सोपं पडावं म्हणून ट्रेगर यांनी मॉर्स टाइपरायटरचा शोध लावला. त्यामुळे मॉर्स कोड माहीत नसणाऱ्या सर्वांना तो सहजपणे वापरता यायचा. अगदी लहान मुलंही त्याचा वापर करू शकायची.

ऑस्ट्रेलियन लोकांसाठी तो जणू काही ख्रिसमसच होता. ते आता संपूर्ण जगाशी जोडले गेले होते, त्यामुळे त्यांचं सगळं आयुष्यच बदलून गेलं होतं. गोवराची साथ असो किंवा कार ॲक्सिडेंट झालेला असो; शेती करताना झालेली इजा किंवा बाळाचा जन्म, लोकांना फिरत्या डॉक्टरांची आणि ऑस्ट्रेलियन इनलँड मिशनमधल्या नर्सेसची ताबडतोब मदत मिळायची, सल्ला मिळायचा. द ऑस्ट्रेलियन इनलँड मिशन एरियल मेडिकल सर्व्हिस (त्याचे नाव नंतर बदलून रॉयल फ्लाइंग डॉक्टर सर्व्हिस झाले). या सगळ्यांनी कितीतरी लोकांचे प्राण वाचवले. फ्लीन यांचं स्वप्न जणू खरं झालं होतं.

गुड मॉर्निंग डॉक्टर. तुम्ही इकडे आलात याबद्दल आभार. चला, माझ्याबरोबर.

मिसेस स्मिथनं मला सात वेळा पाढा म्हणायला सांगितलं नाही म्हणजे झालं!

१९३५च्या सुमारास आवाजाचे प्रसारण शक्य व्हायला लागले आणि त्याचवेळी 'गलाह' सेशन्स सुरू झाली. बऱ्याचशा यंत्रचालक या बायकाच होत्या, म्हणजेच स्टेशन मॅनेजरच्या बायका किंवा मुली. त्यांना दुसऱ्या बाईचा किंवा मुलीचा आवाज ऐकायची उत्सुकता असायची. रेडिओच्या माध्यमातून बोलण्यासाठी एक निश्चित वेळ ठरवली जायची. त्या वेगवेगळ्या पाककृतींबद्दल बोलायच्या किंवा मग इकडच्या-तिकडच्या गप्पा मारायच्या. नंतर नंतर लहान मुलांचंही येणं वाढलं. ही मुलं त्यांच्या लांबवर राहणाऱ्या मित्रांशी गप्पा मारायला यायची.

पुढे खूप वर्षांनी 'फिरत्या डॉक्टरांचं' रेडिओ नेटवर्क शाळेत वापरलं जायला लागलं. गावातल्या मुलांसाठी 'स्कूल ऑफ द एयर' चालवलं जायला लागलं. तिथे मुलं आणि शिक्षक यांच्यात आई-वडिल किंवा मुलांना सांभाळणाऱ्या आयांच्या देखरेखीखाली संवाद व्हायला लागला. रेडिओ नेटवर्कमुळे मुलांना शिक्षकांचा ताबडतोब प्रतिसाद मिळायला लागला. त्यामुळे कंटाळवाण्याा पत्रव्यवहारातून सुटका मिळाली. सर्वांत पहिलं 'स्कूल ऑफ द एयर' हे ॲलिस स्प्रिंग्ज या ठिकाणी १९५१ला सुरू झालं. त्यानंतर ते ब्रोकन हिल इथंही सुरू झालं. २००५ पर्यंत तब्बल १६ शाळा 'स्कूल ऑफ द एयर' मध्ये समाविष्ट झाल्या. हल्ली 'स्कूल ऑफ द एयर', शक्य असेल तिथे हाय फ्रिक्वेन्सी रेडिओ रिसीव्हर्स सोबत सॅटेलाइट नेटवर्क आणि इंटरनेटचाही वापर करतात.